Maombi: Nguvu Kuu Zaidi Duniani

Kuhamasisha Waombezi milioni 10 kwa MATAIFA

Na

Frank C. Laubach na Zacharias Godseagle

Yaliyomo

Kuhusu kitabu - Maombi: The Mightiest Force in World - Kuhamasisha Waombezi milioni 10 kwa MATAIFA.

Gundua nguvu ya maombi ya kuleta mabadiliko katika — *"Sala: Nguvu Kubwa Zaidi Ulimwenguni - Kuhamasisha Waombezi milioni 10 kwa AJILI YA MATAIFA* ," kazi ya Kikristo isiyo ya uwongo inayowahimiza wasomaji kuhamasisha harakati ya waombezi milioni 10. Kitabu hiki, kilichotungwa na **Frank C. Laubach na Zacharias Godseagle** kinasisitiza kwamba maombi ni nguvu kuu yenye uwezo wa kubadilisha maisha, mataifa, na ulimwengu kwa ujumla.

Inawapa changamoto watu binafsi kuomba kwa ujasiri na kwa uthabiti kwa ajili ya viongozi, jumuiya, na mafanikio ya kibinafsi, ikiangazia mifano ya kihistoria na ushuhuda wa athari ya maombi. Pamoja na mipango ya utekelezaji, maswali ya kutafakari, na sehemu za uandishi wa habari kwa watu binafsi na vikundi, kazi hii huwaandaa wasomaji kuimarisha maisha yao ya maombi na kuhimiza maombezi ya pamoja kwa ajili ya mataifa.

Iwe unajihisi huna nguvu katika ulimwengu wenye machafuko au unatamani uingiliaji kati wa Mungu, wito wa Frank na Zacharias wa kuchukua hatua utakuhimiza kushiriki katika tukio la kiroho la maana kubwa na hadithi za kweli ili kuunga mkono hili. Kubali wito wa kuomba na kuleta mabadiliko ya kudumu duniani.

Hili ni toleo la saba la kazi ya asili ya 1945.

Zacharias Godseagle

Utangulizi

Maombi: Nguvu Kuu Zaidi Duniani - Kuhamasisha Waombezi Milioni 10 kwa MATAIFA.

Namna gani nikikuambia kwamba una **nguvu nyingi zaidi ulimwenguni** —nguvu kubwa kuliko siasa, pesa, au nguvu za kijeshi? Je, ikiwa ufunguo wa kubadilisha mataifa, kuponya mioyo, na kubadilisha maisha yako ulikuwa tayari mikononi mwako?

Nguvu hiyo ni **maombi.**

Katika historia yote, **maombi yamehamisha milima, kusimamisha vita, kuponya wagonjwa, na kufungua milango isiyowezekana** . Sio tu tabia ya kidini—ni **uhusiano wa moja kwa moja na nguvu za Mungu.** Hata hivyo, watu wengi **huidharau, huipuuza, au hawaiamini kabisa.**

Fikiria juu yake:

- Ikiwa **maombi ya mtu mmoja** yangeweza kulifanya jua lisimame (Yoshua 10:12-14), maombi yako yangeweza kufanya nini?
- Ikiwa **maombi ya mwanamke mmoja** yangeweza kubadilisha hatima ya taifa (Esta 4:16), maombi yako yangewezaje kuunda ulimwengu?
- Ikiwa **sala moja ya imani** inaweza kufufua wafu (Yohana 11:41-44), ni mafanikio gani yanangoja katika maombi yako?

Ukweli ni kwamba, **TUNAWEZA kubadilisha ulimwengu—ikiwa inatosha sisi kuomba.**

Wito wa Maombi Kama Haijawahi Kutokea

Hivi sasa, tunaishi katika wakati wa **kutokuwa na uhakika, migogoro, na hofu** . Serikali zinahangaika, familia zinavunjika, na watu wanahisi wamepotea. Lakini katikati ya giza, kuna **suluhisho moja ambalo halijawahi kushindwa—sala.**

Kitabu hiki, " **Maombi: Nguvu Kubwa Zaidi Duniani - Kuhamasisha Waombezi Milioni 10 kwa MATAIFA"** hakihusu tu **kwa nini** maombi hufanya kazi—kinahusu **jinsi** ya kuomba kwa njia ambayo inaachilia nguvu za Mungu katika maisha yako, jumuiya yako, na ulimwengu. **Kila sura itakupa changamoto ya kuomba kwa ujasiri, mfululizo, na kwa imani isiyozuilika.**

Utakapomaliza kitabu hiki, utakuwa:

- **Elewa nguvu ya maombi kuliko hapo awali.**
- **Jua jinsi ya kuombea viongozi, mataifa, na mabadiliko ya ulimwengu.**
- **Pata urafiki wa ndani zaidi na Mungu.**
- **Tazama majibu halisi ya maombi katika maisha yako mwenyewe.**
- **Uwe na vifaa vya kuwaongoza wengine katika harakati za maombi.**
- **Utahamasishwa na kuhamasika kujiunga na Waombezi Milioni 10 wa MATAIFA kabla ya 2045.**

Swali ni: **Je, uko tayari kujiunga na Waombezi milioni 10 wanaoombea ulimwengu wetu?**

Ikiwa umechoka kujisikia huna nguvu katika ulimwengu wenye machafuko...

Ikiwa unatamani kumuona Mungu akitenda miujiza...Ikiwa uko tayari kuingia katika **tukio kuu la kiroho** la maisha yako...

Kisha tuanze.

Kwa sababu **SALA, kulingana na Frank C. Laubach si mazoezi tu—ni nguvu kuu zaidi ulimwenguni.**

Sala: The Mightiest Force in the World iliandikwa na Frank C. Laubach na kuchapishwa mnamo Januari 1, 1946.

Nia yake ilikuwa kuhamasisha watu milioni 10 ili kuombea mataifa. Kitabu hiki ni kazi iliyopanuliwa juu ya kazi ya Frank katika lugha ya kisasa ya Kiingereza yenye muhtasari, mipango ya utekelezaji kwa ajili ya watu binafsi na mpangilio wa kikundi na uandishi wa habari mwishoni mwa kila sura.

Kitabu hiki kinahusu nini

- Kitabu kinahusu nguvu ya maombi ya maombezi.
- Inajumuisha mifano ya jinsi maombi yalivyofanya kazi wakati wa migogoro tofauti wakati wa Vita vya Kidunia vya pili.
- Laubach alikuwa mwalimu wa umishonari na mhubiri kati ya Muslin Moros kwenye Mindanao katika Visiwa vya Ufilipino.
- Kitabu hiki kinachukuliwa kuwa kitabu kisicho cha kweli cha Kikristo.

Kwa nini kusoma kitabu?

- Kujifunza juu ya umuhimu wa kuombea wengine, sio sisi wenyewe tu.
- Kujifunza kuhusu kuchukua mtazamo wa jumla na mdogo wa ulimwengu tunapoomba.
- Kujifunza kuhusu umuhimu wa watu kuwaombea viongozi wa dunia.

Je, unapaswa kuchukua hatua gani?

Unaweza kujiunga na jumuiya ya harakati milioni 10 kwenye Facebook kupitia kiungo hiki -

https://www.otakada.org/facebookintercessory

Unaweza kujiunga na Jumuiya ya Waombezi milioni 10 kwenye WhatsApp kupitia kiunga hiki -

https://www.otakada.org/whatsappintercessory

UNAWEZA KUJIFUNZA KUHUSU waratibu wa vuguvugu la Waombezi milioni 10 katika God's Eagle Ministries (GEM) kupitia kiungo hiki - https://www.otakada.org

Tuonane upande wa pili!

God's Eagle Ministries (GEM) Jeshi la Waombezi kwa Nyakati za Mwisho!

Nukuu za Maombezi

"Kanisa bado halijagusa ukingo wa uwezekano wa maombi ya maombezi. Ushindi wake mkubwa zaidi utashuhudiwa wakati Wakristo mmoja-mmoja kila mahali watakapokuja kutambua ukuhani wao kwa Mungu na siku baada ya siku kujitoa wenyewe kwa maombi." (John Mott)

"Kufanya maombezi kwa ajili ya wanaume ndiyo njia yenye nguvu zaidi na ya vitendo ambayo kwayo tunaweza kuonyesha upendo wetu kwao." (John Calvin)

"Yesu Kristo anaendelea kutuombea mbinguni; Roho Mtakatifu hubeba maombezi ndani yetu duniani; na sisi watakatifu imetupasa tufanye maombezi kwa ajili ya watu wote." (Oswald Chambers)

"Uombezi wa Yesu kwa ajili yetu una nguvu zaidi kuliko mashitaka ya Shetani dhidi yetu." (Mike Bickle)

"Mwenyezi Mungu kamwe hatupi utambuzi ili tukosoane, bali tuombee." (Oswald Chambers)

"Ufahamu ni mwito wa Mwenyezi Mungu kwa Maombezi, na kamwe katika kutafuta Makosa." (Corrie Ten Boom)

"Maombi lazima yawe mapana katika mawanda yake – ni lazima yawaombee wengine. Maombezi kwa ajili ya wengine ni alama mahususi ya maombi yote ya kweli. Wakati maombi yanapojikita kwenye nafsi na katika nyanja ya mahitaji ya kibinafsi ya mtu, hufa kwa sababu ya udogo wake, ufinyu na ubinafsi wake." (Edward McKendree Mipaka)

"Maombi yote muhimu yanapunguza uhai wa mwanadamu. Uombezi wa kweli ni dhabibu, dhabibu inayotoka damu." (John Henry Jowett)

"Maombi yetu yanaweka njia ambayo nguvu za Mungu zinaweza kuja. Kama treni kubwa ya treni, nguvu Zake hazizuiliki, lakini haziwezi kutufikia bila reli." (Mlinzi Nee)

"Ikiwa wewe ni mwombezi, unaona mahitaji mengi, lakini pia utaona maombi mengi yaliyojibiwa." (Njia panda za kinabii)

"Historia ni ya waombezi - wale wanaoamini na kuomba yajayo." (Walter Wink)

"Mwenyezi Mungu huweka mzigo mzito kwa wale wanaoweza kuubeba." (Mwandishi Hajulikani)

"Ibada ni kukubaliana na Mungu ni nani, na Maombezi ni kukubaliana na kile ambacho Mungu aliahidi kufanya." (Mwandishi Hajulikani)

"Maombi ya uombezi yanaweza kufafanuliwa kama kumpenda jirani yetu kwa magoti yetu." (Charles Bent)

"Maombezi ni kazi ya ulimwenguni pote kwa Mkristo. Hakuna mahali palipofungwa kwa maombi ya maombezi. Hakuna bara - hakuna taifa - hakuna shirika - hakuna jiji - hakuna ofisi. Hakuna nguvu duniani inayoweza kuzuia maombezi nje." (Richard Halverson)

"Nguvu ya maombezi ni tunda la urafiki. Hakuna tofauti kati ya hizo mbili." (Corey Russell)

"Maombezi ni jambo lisilo la ubinafsi zaidi ambalo mtu yeyote anaweza kufanya." (Paul Billheimer)

"Tunapotumia muda mwingi katika maombi kuwaombea walio na mamlaka; ndivyo tunavyozidi kujiombea wenyewe." (Carol Helmick)

"Ushirika wa Kikristo unaishi na unapatikana kwa maombezi ya washiriki wao kwa wao, au unaanguka." (Dietrich Bonhoeffer)

"Maombezi yanamaanisha kujiinua hadi kufikia hatua ya kupata mawazo ya Kristo kuhusu mtu ambaye tunamwomba." (Oswald Chambers)

"Maombezi ya Kristo ni matumizi ya daima ya kifo chake kwa wokovu wetu." (John Calvin)

"Kila aina ya maombi, si maombi ya maombezi tu, ambayo ni aina ya juu zaidi ya maombi, lakini sala zote, kutoka kwa aina ya chini hadi ya juu zaidi, haiwezekani katika maisha ya dhambi inayojulikana na kuruhusiwa." (Alexander Whyte)

Hadithi za Kweli juu ya ATHARI za Maombi ya Maombezi

Mashujaa 39 wa David Livingstone barani Afrika

HADITHI HII YA UMUHIMU na nguvu ya maombezi inasimuliwa na David Livingstone ambaye alikuwa mmisionari mgunduzi kutoka Scotland hadi Afrika katika karne ya 19.

David Livingstone

Je, Daudi alipataje kuwa mmisionari mgunduzi barani Afrika? Alisikia hadithi ya mmishonari mwingine. Mmisionari huyu, baada ya kukaa muda mrefu barani Afrika, alirudi katika kanisa lake la kutuma huko Scotland kuripoti kazi yake na huduma na kuwaita watenda kazi zaidi kwenda Afrika. Alifika kanisani; ilikuwa baridi, baridi, na mvua. Hakukuwa na watu wengi waliokuja, na alikata tamaa kidogo.

Watu wengi waliohudhuria walikuwa wazee. Ilikuwa nzuri kwamba walikuwa pale, lakini hawakufaa kwa uwanja wa misheni. Bado alihisi kwamba anapaswa kutoa ujumbe uleule, hivyo akaendelea na ujumbe huo.

Alieleza walihitaji vibarua zaidi na kumaliza mazungumzo. Hivi ndivyo alivyomaliza:

"Nani ataenda? Nani atakwenda? Nani atakwenda?"

Hakujua kuwa mpiga kinanda huyo alikuwa na msaidizi wa mvulana mdogo. Muziki wa ogani uliposikika, mvulana huyo alisimama na kupiga kelele, "Nitaenda! nitakwenda! nitakwenda!" Jina la mvulana huyo mdogo lilikuwa David Livingstone.

Kisha akamshauri David, "Ikiwa Mungu amekuita Afrika, ninapendekeza uwe daktari, na unaweza kwenda Afrika kama mmishonari wa matibabu." David alikua, akaenda shule ya matibabu, na akawa daktari. Kisha akaenda Afrika kama mmishonari wa matibabu na akafanya kazi bila kuchoka.

Kulikuwa na kabila fulani walilokuwa wakijaribu kufikia, na ilikuwa vigumu sana. Chifu alimtumia ujumbe akisema, "Tutakuja usiku wa leo, na tutakuua wewe na kila mtu katika boma lako."

Sasa, sababu tunajua kila undani wa hadithi hii ni kwamba nimeifanyia utafiti. David Livingstone aliweka shajara, na yote haya yameandikwa humo. Katika shajara yake, aliandika, "Bwana, tumefanya kazi kwa uaminifu sana. Tafadhali, tafadhali utulinde. Tafadhali tusaidie." Aliogopa kile ambacho kingetokea, akijali kwamba huduma yao ingefutiliwa mbali na kila mtu angekufa. Lakini hawakuwaua. Miaka michache baadaye, hatimaye walimtambulisha chifu wa kabila hilo kwa Yesu, na jumuiya nzima ikabadilika na kumfuata.

Baadaye David Livingstone alimwambia chifu, "Ulinitumia ujumbe kwamba utakuja kuniua mimi na kila mtu katika boma." Chifu akajibu, "Ndiyo, tumekuja." Daudi akauliza, "Kwa nini hukutuua?"

Chifu alisema, "Tulipokuja kwenye boma hilo, tuliona majitu 39 yakizunguka boma hilo. Tuliwahesabu - walikuwa wapiganaji wakubwa, na kulikuwa na 39 kati yao wakizunguka boma.

Miaka michache baadaye, David Livingstone alirudi katika kanisa lake la kutuma huko Scotland na kusimulia hadithi hiyo. Mwishoni mwa mkutano, mwandishi wa kanisa alimkaribia na kumwambia, "Daktari Livingstone, unakumbuka tarehe ambayo chifu angekuja kukuua?"

Akajibu, "Bila shaka ninajua tarehe." Alimpa tarehe. Katibu wa kanisa alifungua shajara ya kanisa na kumwonyesha kwamba tarehe hiyo, kulikuwa na watu 39 katika kanisa la Scotland wakimwombea - na kulikuwa na wapiganaji 39 wanaozunguka boma hilo.

"Usiseme hiyo ni bahati mbaya."

David Livingstone katika Afrika - Athari ya Maombi

Ushuhuda huu wa ajabu na wenye nguvu juu ya uwezo wa Mungu katika maisha ya mtu hasa kama unahusiana na maombi na maisha ya huduma katika maisha ya David Livingstone wakati wa safari yake ya kimisionari barani Afrika.

David Livingstone alizaliwa huko Blantyre, Scotland mwaka wa 1813. Alizaliwa katika nyumba ambayo baba yake alikuwa akimpigia magoti na kumsomea hadithi za matendo makuu ya kimisionari, hasa yale ya Karl Gützlaff, mmishonari wa Uholanzi ambaye aliongezeka maradufu kama mmishonari wa matibabu pia. Kijana Daudi alizoea kutazama machoni mwa baba yake na kusema, "Unajua, baba, siku moja nitakuwa mwanamume kama huyo. Ninataka kuwa mmishonari. Nataka kuwa daktari. Nataka kumtumikia Mungu."

David Livingstone alipiga magoti siku moja na kusema sala hii, "Bwana, nitume popote, nenda pamoja nami tu. Niwekee mzigo wowote, nitegemee tu. Kata mahusiano yoyote, lakini vifungo vinavyonifunga kwa huduma yako na kwa moyo wako," na maneno ya Mungu yalimjia "Tazama, mimi nipo pamoja nanyi siku zote, hata ukamilifu wa dahari."

Alifunga virago vyake na kwenda Afrika. Na alipoitazama Afrika kwa mbali, aliandika katika jarida lake maneno haya: "Hali ya kutisha ya moshi wa vijiji elfu moja katika jua la asubuhi imewaka ndani ya moyo wangu."

Alioa mwanamke wa Familia maarufu ya Moffat - jina lake lilikuwa Mary. Baba yake alikuwa mmisionari mkuu . Walikwenda Afrika. Lakini maisha ya David Livingstone yalikuwa ya mchunguzi na angehama kutoka mahali hadi mahali na lengo lake pekee lilikuwa Yesu katika mioyo na maisha ya wanaume na wanawake - maelfu yao.

Hatimaye mke wake na familia yake changa hawakuweza kuendelea naye tena. Baadhi ya watoto wake walikuwa wanakufa kwa magonjwa na magonjwa hivyo akamwambia mke wake, "Maria, kwa nini usiwarudi nyumbani, nami nitakuona hivi punde na kukaa nawe kwa muda. Ni hatari sana kwetu kuendelea."

Kwa hiyo alimrudisha mke wake mpendwa Mary nyumbani na barua zingechukua miezi kadhaa kubadilishana, lakini baadhi ya barua za upendo na mahaba zilitumwa kati ya David na Mary na unajua alipomwona wakati ujao? Sio wiki tano. Sio miezi mitano. Miaka mitano.

Miaka mitano baadaye alipomkazia macho mke wake, hakuweza kumtambua kwa sababu katika hatua moja katika msitu wake akisafiri kwenda kuhubiri aliingia kwenye tawi la mti ambalo lilikuwa limempofusha kabisa jicho moja na kuliharibu lingine. Uso wake ulikuwa umechomwa chini ya jua la Kiafrika hadi kuwa na ngozi nyororo na ngozi yake, ambayo haikuwa na rangi kwa ajili yake, ilikuwa imechomwa kiasi kwamba mwili wake haungeweza kuvumilia tena. Uso wake ulikuwa na makovu na makovu na jicho lake likapofuka na wakati fulani alishambuliwa na simba ambaye alikuwa amemchana bega lake moja. Aliponyoka kimiujiza.

Sasa alimwona mume wake akiingia ndani akiwa na uso ulioharibika na uso wa mwili ulioharibika. Masaa kadhaa kabla hajafika, walikuwa wamemzika baba yake. Daudi alilia kwa sababu alitamani kumwambia babake moja kwa moja hadithi ambazo baba yake alikuwa amemwambia tu kutoka kwa mtu wa tatu.

Michoro ya wasifu inatuambia kwamba David Livingstone alipoingia katika chuo kikuu chochote katika Visiwa vya Uingereza, wanafunzi na kitivo wangeshangilia kwa sababu walijua walikuwa wamesimama mbele ya jitu la mtu.

Hatimaye alirudi kwa mke wake siku moja na kusema, "Mariamu, moshi wa vijiji elfu moja katika jua la asubuhi bado unawaka ndani ya moyo wangu. Tunahitaji kurejea." Aliamua kwamba aende - alipaswa kuwa na watoto. Alisema, "Watakapokuwa wakubwa vya kutosha nitaungana nawe tena, David." Na akaanza safari yake ya upweke kwenda kuwahubiria Waafrika waliokuwa ndani ya moyo wake.

Hatimaye baada ya muda mrefu, Mary alijiunga naye na siku alipokanyaga ardhi ya Afrika, alipata ugonjwa ambao walikuwa wakiogopa sana kuugua.

Siku ile ile alipokanyaga Afrika, alipata ugonjwa huo na siku chache baadaye, alikuwa akimzika.

Akiwa ameshushwa ndani ya udongo wa ardhi ya Kiafrika huko, shahidi aliyejionea mwenyewe alisema David Livingstone alipiga magoti kando ya kaburi, akilia moyoni mwake, nao wakamsikia akiomba, "Yesu wangu, mfalme wangu, maisha yangu, yote yangu, naweka tena maisha yangu kwa ajili yako. Sitathamini chochote nilicho nacho au kitu chochote ninachoweza kufanya isipokuwa kuhusiana na ufalme wako na utumishi wako."

Kupitia hayo yote maneno ya Mungu yalikuja moyoni mwangu, alisema, "Tazama mimi nipo pamoja nanyi siku zote, hata ukamilifu wa dahari."

Alichukua vitu vyake na kurudi kijijini kwao Ujiji. Alipofika na kuingia ndani ya nyumba yake ndogo pale, alikuta kuna mtu amemchezea utani mbaya na kumuibia dawa alizokuwa anazihitaji sana kwa sababu mwili wake ulikuwa na maumivu, maumivu yasiyoelezeka. Alitembea kwa uchungu wa kudumu. Na walisema katika mojawapo ya mambo machache sana maishani mwake, alijiombea, akapiga magoti na kusema, "Mungu, uliahidi kuwa utakuwa pamoja nami daima! Ninahitaji dawa hiyo ikiwa nitaendelea kuhubiri injili!"

Alipokuwa akiomba, alisikia hatua, na hadithi ikiendelea, aliona jozi ya miguu imepandwa mbele yake na uso wake ukiinuliwa kwa mara ya kwanza baada ya muda mrefu - alikuwa akitazama uso wa mzungu ambaye hakuwa akiishi Afrika. Akasema, "Wewe ni nani, bwana?" Na mtu huyo akajibu, "Daktari Livingstone, nadhani?" (Maneno hayo maarufu) Akasema, "Ndiyo, bwana."

"Bwana. Livingstone, mimi ni mwandishi wa habari, nimetumwa kufanya hadithi juu ya maisha yako. Nataka ujue mambo mawili kunihusu. Nambari ya kwanza, mimi ndiye mtu asiyeamini Mungu mkubwa zaidi katika uso wa dunia. Tafadhali usijaribu kunibadilisha. Namba ya pili, kuna mtu alikutumia dawa."

Daudi akasema, "Tafadhali nipe dawa."

Kwa hiyo Bw. Henry M. Stanley akaanza kusafiri pamoja na David Livingstone. Miezi minne baadaye, yule asiyeamini Mungu mkubwa zaidi juu ya uso wa dunia alipiga magoti kwenye ardhi ya Afrika na kutoa maisha yake kwa Yesu Kristo.

Mojawapo ya wasifu bora zaidi utawahi kusoma kwenye David Livingstone - majarida mawili yenye kichwa "Livingstone of Africa" na Henry M. Stanley.

Stanley alisema, "Nguvu ya maisha ya Kristo ilikuwa ya ajabu na ilinibidi kujifunga. Sikuweza kuvumilia tena."

Hatimaye mwili wake ulianza kusinyaa kwa joto kali na maumivu (walikuwa wakimbeba kutoka kijiji hadi kijiji kwa machela). Siku moja, akihubiri akiwa kwenye machela, akitetemeka kihalisi, hatimaye aliwatazama ndugu zake wawili wa kitaifa na kusema, "Tafadhali nirudishe nyumbani. Mimi ni mgonjwa sana sana. Nimechoka sana, nahitaji kulala kidogo." Wakamrudisha nyumbani kwake na wakakaribia kumwagika kitandani aliposema, Hapana, tafadhali nisaidie kupiga magoti.

Livingstone alipiga magoti kando ya kitanda chake na kukumbatia mikono yake na kuanza kuomba. Maombi yake yalikuwa ya kina sana, patakatifu pake palikuwa pa pekee sana hivi kwamba ndugu zake Waafrika waliona ni kufuru kukaa katika muungano/ushirika wake mmoja na Mungu na wakatoka nje ya chumba chake kidogo.

Kisha mtu fulani akaja mbio na kusema, "Ninahitaji kumwona Bw. Livingstone kwa muda mfupi." Wakasema, "Sshh! Kimya, tafadhali. Anaomba." Dakika tano zilipita, wakatazama ndani. Bado alikuwa amepiga magoti. Dakika kadhaa zilirudi, wakatazama ndani. Bado alikuwa amepiga magoti. Baada ya muda mrefu kupita, walitazama ndani. Bado alikuwa amepiga magoti.

Mmoja wao alihisi kwamba mtu huyo alikuwa amechoka sana asiweze kuendelea kusali. Alihitaji kupata usingizi. Alimsogelea na mmoja wao akamtikisa mabega na kuuliza, "Wana? Wana?"

Livingstone alianguka. Alikuwa amekufa.

Alikufa jinsi alivyoishi - mbele ya Mola wake.

Hakuikimbia sauti Yake. Hakupeperusha taa ambayo haikuwa na mwanga ndani yake. Hakuuza roho kwa raha fulani ya kidunia. Lakini moshi wa vijiji elfu moja ulikuwa umejichoma moyoni mwake hivi kwamba angeweza kusema, "Yesu wangu, mfalme wangu, maisha yangu, yote yangu, najiweka wakfu kwako tena."

Je, uko tayari kutoa nini? Je, maombi yako ya kujitolea ni nini? Pengine wito wako si wa Afrika; hata hivyo, hapo hapo ulipo, unaitwa kufanya nini? Mungu anatuita kwa upole sote kwa huduma.

Nakumbuka wimbo wa zamani wa injili:

Katika shamba la mavuno ambalo sasa limeiva, iko kazi kwa ajili ya wote kufanya,

Hark sauti ya bwana inaita, kwa mavuno, inakuita.

Je, mahali unapoitwa kufanya kazi, panaonekana padogo sana, na panajulikana kidogo?

Ni nzuri ikiwa Mungu yumo ndani yake, kwa maana hatawaacha walio wake

Kidogo ni Mengi, Mungu akiwa ndani yake, Usifanye kazi kwa ajili ya mali au umaarufu

Kuna taji na unaweza kushinda, ikiwa utaenda kwa jina la Yesu

Wakati mzozo hapa umekwisha, na mbio zetu duniani zinaendeshwa

Atasema ikiwa umekuwa mwaminifu, "Karibu nyumbani, Mwanangu umefanya vizuri!"

Kidogo ni Mengi, Mungu akiwa ndani yake, Usifanye kazi kwa ajili ya mali au umaarufu

Kuna taji na unaweza kushinda, ikiwa utaenda kwa jina la Yesu

Hadithi za Jinsi Maombi ya Maombezi Yalivyobadilisha Maisha Yangu

Asubuhi moja tulivu huko Virginia, nilipompeleka binti yangu Kelly mwenye umri wa miaka 12 hadi kwenye miadi yake ya daktari wa meno, nilijikuta nikipitia eneo nisilolijua. Barabara kuu iliyogawanyika ilisonga mbele, ikiwa na kingo za zege, na, nilipokuwa nikizingatia kuona nambari ya barabara, nilipoteza njia. Ilikuwa ni wakati kabla ya urahisi wa GPS, na ghafla niligeuza mawazo yangu nyuma kwenye barabara, na kugundua gari la walemavu lililoegeshwa moja kwa moja kwenye njia yetu.

Bila kufikiria matendo yangu, niliingia kwenye njia ya kushoto ili niepuke mgongano na kisha nikarudi kwa kasi kwenye uchochoro wetu baada ya kulipita gari. "Sijambo!" Kelly alinihakikishia, msemo anaotumia mara nyingi baada ya nyakati zetu hatari za kuendesha gari. Walakini, wakati huu, haikuhisi nyepesi hata kidogo.

Moyo wangu ulienda mbio huku nikihisi hisia kubwa ya ulinzi wa kimungu ikitukumba. "Asante Mungu hakuna mtu mwingine aliyekuwa katika njia hiyo!" Nilitafakari, na kushukuru kwamba nilikuwa nimetazama nyuma kwa wakati ufaao; la sivyo, matokeo yangeweza kuwa mabaya. Nilipofika kwenye ofisi ya daktari wa meno, nilipata habari kwamba gari lililokuwa likituzuia ni la mmoja wa wataalamu wa usafi katika zahanati hiyo.

Ilinibidi kujizuia kutomjulisha kwamba gari lake lilikuwa karibu kusababisha ajali mbaya, nikitambua kwamba mimi ndiye niliyepoteza mwelekeo kwa muda. Baadaye, baada ya kumwacha Kelly shuleni, nilifika kwenye ofisi ya kanisa, ambapo mfanyakazi wetu wa kujitolea, Lindy Bruggink, alihisi kuwa kuna kitu kilikuwa kimezimwa. "Uko sawa?" Aliuliza. "Nilihisi msukumo mwingi wa kukuombea wewe na Kelly mapema leo—na ilinibidi tu kuacha kila kitu ili kuombea."

Sikuweza kujizuia kutokwa na machozi, nikielewa kwamba nia yake ya kuomba huenda iliokoa maisha yetu siku hiyo. Kushiriki maelezo naye, sote wawili tulihisi kulemewa na shukrani kwa kazi ya Mungu kupitia maombi yake. Kwa miaka mingi, nimepitia uingiliaji kati huu wa Mungu mara nyingi, iwe najua watu binafsi wanaoniombea au la—wakati fulani sitagundua maombezi yao ya uaminifu hadi nifike mbinguni! Vile vile, nimekuwa na bahati ya kusimama katika pengo kwa ajili ya wengine. Mfano wenye kuhuzunisha ulitokea wakati kimbunga kilipoharibu familia ya kikundi chetu cha nyumbani.

David, mume, alinifikia huku akitafuta sana njia ya kumzuia mke wake na watoto wake, ambao walikuwa wakirudi nyumbani. Alitaka kuwatayarisha kwa maono yenye kuvunja moyo yaliyokuwa yanawangoja. Siku hizo kabla ya kutumia simu za mkononi, ilikuwa karibu haiwezekani kuungana na mtu barabarani bila kujua njia yake.

Niliondoka kwenye gari langu, nikisali kwa bidii huku nikipitia mitaa yenye machafuko ya kaskazini mwa Virginia. Nilipokuwa nikingojea mahali pa kusimama, niliinamisha kichwa changu, nikimimina moyo wangu kwa Mungu. Nilipomaliza tu kusali na kuinua macho kuangalia taa za trafiki, nilishangaa kumwona rafiki yangu na watoto wake wameketi kando yangu! Nilitoka haraka kwenye gari langu na kumsihi Stephanie anifuate nyumbani kwangu. Nilimweleza habari hizo ngumu kwa upole, nikimhakikishia kwamba David alikuwa salama lakini kungekuwa na mazungumzo magumu mbeleni.

Hapo awali, alifikiri kwamba nilikuwa nikitania kwa sababu ya kupenda kwangu vicheshi vya vitendo, lakini mara tu hali halisi ilipotukia, tuliweza kumtengenezea hali ya kustarehesha ili kuchambua habari hizo—eneo salama lililowezeshwa na marafiki wanaoaminika ambao wangeweza kusali nao kwa ajili ya wakati wao ujao usio na uhakika. Kwa mara nyingine tena, nilikumbushwa juu ya nguvu ya ajabu ya maombi ya uombezi, nikitambua jinsi inavyoweza kuathiri sana mwendo wa matukio katika maisha yetu.

Uchunguzi Kifani: Nguvu ya Kubadilisha ya Maombi katika Maisha Yangu

SALA MARA NYINGI HUFUNULIWA kwa utulivu, hasa ndani ya mipaka ya mioyo yetu, na kuifanya iwe nadra kwa waombezi kushuhudia mara moja matokeo ya maombi yao ya kutoka moyoni. Jambo lisilo la kawaida hata zaidi ni kutambua kwamba sisi ni somo la maombi ya mtu fulani, kwani unyenyekevu wetu mara nyingi hutuzuia kujadili safari zetu za kiroho kwa uwazi. Hata hivyo, kila mara, tunabarikiwa na shuhuda za ajabu ambazo zinathibitisha nguvu inayotolewa tunapoomba.

Katika wiki moja yenye changamoto, mimi na mchungaji wangu tulikuwa na makabiliano makubwa na uwezo huu, na ningependa kushiriki tukio hili kama kielelezo juu ya asili ya maombi.

Hivi majuzi, mimi na mchungaji wangu tulikuwa tukizungumza kuhusu maombezi. Alisimulia muda mfupi mapema siku hiyo alipokuwa amegubikwa sana na Uwepo wa Mungu, alikuwa na hakika mtu fulani alikuwa akimshikilia katika maombi. Ujuzi ambao wengine walikuwa wakimuunga mkono katika safari yake ya kiroho ulimjaza shangwe nyingi.

Huu ulikuwa ni onyesho tu la mafunuo ya ajabu ambayo Mungu alikuwa ameweka kwa ajili yetu.

Siku chache baadaye, mwanangu alikabiliwa na matatizo makubwa kutokana na kisukari cha aina ya 1, na kulazimika kulazwa hospitalini. Alikuwa akidhoofika siku nzima, hawezi kula, na kutapika mfululizo. Viwango vyake vya sukari vilipanda, na licha ya kumtumia insulini, sikuweza kumtengenezea uthabiti.

Saa kumi na moja jioni, niliagizwa kumkimbiza katika Hospitali ya Watoto huko Boston, nikitumaini kwamba angebaki na fahamu tulipokuwa njiani kuelekea huko.

Mara moja hospitalini, alikuwa mnyonge sana hivi kwamba alihitaji kiti cha magurudumu, akiomba sana maji, lakini hakuweza kumeza hata kitu kidogo.

Masaa yalipita huku kikosi cha dharura kikifanya kazi bila kuchoka, huku nikistahimili ombi la mwanangu la kumtia maji, wakati wote nikijua madaktari wamekataza hata chips za barafu, kwani walihatarisha hali yake kuwa mbaya zaidi. Moyo wangu ulipasuka kwa ajili yake alipokuwa akikabiliwa na ugonjwa wa kisukari ketoacidosis (DKA), na chanzo chake pekee cha maji mwilini kilikuwa kupitia IV.

Usiku wa manane, alihamishwa kutoka ER hadi ICU ya kati kwenye ghorofa ya 11—inayojulikana kwa upendo kama chumba cha "Penthouse" kwa sababu ya mtazamo wake wa anga ya jiji na kiti chake cha dirisha cha laini kwa wazazi kupumzika. Hata hivyo, mapumziko yalikuwa haba usiku huo; ilikuwa saa 3 asubuhi kabla sijafahamishwa kuwa mwanangu hayupo tena katika hatari ya haraka, hata chumba kilibaki kuwa na shughuli nyingi.

Hatimaye, alipolala, nilijikuta nikiwa nimelala kwenye kiti cha dirishani—nikiwa nimechoka, nimelemewa, na nikiwa peke yangu. Nilikazia macho juu ya paa za jiji, na licha ya uchovu wangu, nilijaribu kusali. Mapema usiku huo, nilikuwa nimewaita marafiki kufanya maombezi, na ilikuwa maombi yao ambayo yalinisaidia kudumisha utulivu wangu katikati ya machafuko.

Uingiliaji wa Mungu Alfajiri

Saa 5 asubuhi, ghafla nilishtuka. Nilitazama huku na huku, nikishangaa ni kitu gani kilikuwa kimenichochea—ilipogundua tu kwamba nilikuwa peke yangu chumbani. Nilikaribia upesi kando ya kitanda cha mwanangu na kumkuta amelala fofofo, akiwa amezungukwa na vifaa vya matibabu: IV iliyokuwa ikitoa insulini mfululizo, vichunguzi vinavyofuatilia hali yake ya kiafya, na taa ndogo nyekundu ikimulika kutoka kwa kidole. Mbwa wake mpendwa aliyejaa nguo, "Sparky," alikuwa amelala kando yake, mwandamani thabiti wakati wote wa jaribu hilo.

Nilirudi kwenye kiti cha dirisha, nikitazama jiji la kuamka. Alfajiri iliahidi uzuri, lakini sikuhisi chochote isipokuwa uchovu na uchungu. Kisha, zamu yenye kueleweka ilinifunika—Uwepo wa ajabu wa Mungu ukaingia chumbani. Mazingira yalibadilika nilipohisi Yesu ameingia. "Ni wakati wa kuamka," Alisema, "nitakutegemeza."

Wakati huo, Roho Mtakatifu alinikumbusha video yenye nguvu niliyokuwa nimetazama kanisani juma lililopita. Ilionyesha mume aliyejitolea akimtembelea mke wake aliyepooza kwenye paa la hospitali alfajiri. Alimwinua kwa upole kutoka kwenye kiti chake cha magurudumu ili waweze kupiga picha ya mawio ya jua. Alikuwa dhaifu sana hivi kwamba hakuweza hata kubonyeza kitufe cha kamera, na kwa upendo alifunika mkono wake kwa mkono walipokuwa wakipiga picha zao pamoja. Ilikuwa sitiari ya kuhuzunisha kwa upendo wa Kristo usioyumba-yumba sisi tunapohisi dhaifu na kutoweza.

Kumbukumbu hii ilinigusa sana. Nilihisi kana kwamba nilikuwa nimesimama katika hospitali hiyo hiyo, kwenye ghorofa ya juu, nikitazama juu ya paa za nyumba, nikiwa hoi na dhaifu kama mwanamke yule. Sikuweza kufanya lolote kumponya mwanangu, wala kupata nguvu ya kuvumilia. Hata hivyo Yesu alikuwa amenijia katika chumba kile cha hospitali, akinikumbatia.

Niliposhuhudia jua likichomoza machozi yalitiririka bure. Nililemewa na upendo Wake, jinsi alivyokuwa amenitayarisha vyema kwa yale yaliyokuwa mbele, na jinsi Uwepo Wake wenye nguvu ulivyokuwa ukiikuza roho yangu. Hata leo, ni vigumu kusimulia tukio hilo bila kuwa na hisia!

Kwa bahati nzuri, mwanangu alipata ahueni kamili siku iliyofuata, na tukarudi nyumbani, tukiwa na shukrani kwa uponyaji wake na dua zisizohesabika zilizotolewa kwa niaba yake na marafiki, wasomaji, na viongozi wa kanisa. Hata hivyo, mshangao haukuishia hapo.

Nikiwa kanisani asubuhi iliyofuata, nilizungumza tena na mchungaji wangu. Alikuwa amesikia kuhusu kukutana kwangu na Yesu hospitalini saa kumi na moja asubuhi, na alipanga kututembelea lakini hakuweza kufanya hivyo. Alifunua kwamba saa 4:58 asubuhi hiyohiyo, Mungu alikuwa amemwamsha bila kutarajia. "Niombe kwa ajili ya nani?" aliuliza, na Mungu akajibu, "Familia ya Perkins." Naye akaomba.

Ilikuwa ni wakati huo ambapo Yesu alifika katika chumba changu cha hospitali, akiandaa uponyaji kwa ajili ya mwanangu na kunipa nguvu.

Usawazishaji wa Kimuujiza wa Maombi

Ni nadra sana kushuhudia kazi ya Mungu iliyosawazishwa katika mwombezi na wapokeaji wa maombi! Hii inatumika kama ushuhuda wenye nguvu kwa kweli zinazopatikana ndani ya maandiko. Hatuko peke yetu; maombi yetu yana uzito na umuhimu. Kila wakati tunaposhiriki katika maombi, tunazalisha maisha ambayo yanagusa walio hatarini na kukidhi mahitaji ya wengine.

Kinaya katika maombezi ni kwamba tunatamani kujumuisha haki, nguvu, na ufanisi katika maombi ambayo Yakobo anazungumzia. Hata hivyo, Warumi 8:26 inatukumbusha kwamba hata sisi tunaoomba ni dhaifu sawa na wale tunaowaombea! Roho Mtakatifu hutusaidia katika udhaifu wetu, akituongoza tunapojitahidi kueleza maombi yetu, akitukumbusha kwamba kuwepo tu katika maombi ndilo jambo la maana zaidi.

Kupitia ushirikiano huu wa kiungu, Yesu—ambaye anafahamu akili ya Roho, matamanio ya mioyo yetu, na mapenzi ya Mungu—anapatanisha vipengele hivi ili kutoa majibu ambayo si mazuri tu bali yanabariki sana kila mtu anayehusika. Yeye pekee ndiye chanzo cha haki yetu, nguvu, na ufanisi katika maombi.

Matukio ya Awali ya Charles Finney yenye Maombi Yanayodumu

"KWA NAMNA HII...."

"Sikuona Mungu Alijibu Maombi yao"

"Nilivutiwa hasa na ukweli kwamba maombi ambayo nilikuwa nimesikiliza, kutoka juma baada ya juma, hayakuwa, ambayo ningeweza kuona, kujibiwa. Hakika, nilielewa kutokana na matamshi yao katika maombi, na kutoka kwa maelezo mengine katika mikutano yao, kwamba wale walioyasali hawakuyaona kuwa yamejibiwa.

Niliposoma Biblia yangu nilijifunza kile ambacho Kristo alikuwa amesema kuhusiana na maombi, na majibu ya maombi. Alikuwa amesema, "Ombeni, nanyi mtapata, tafuteni, nanyi mtaona, bisheni, naye atawafungulia. Kwa maana kila aombaye hupokea, naye atafutaye huona, naye abishaye atafunguliwa." Nilisoma pia kile ambacho Kristo anathibitisha, kwamba Mungu yuko tayari zaidi kuwapa Roho wake Mtakatifu wale wanaomwomba, kuliko wazazi wa kidunia wanavyopaswa kuwapa watoto wao zawadi nzuri. Niliwasikia wakiomba kila mara kwa ajili ya kumwagwa kwa Roho Mtakatifu, na si mara nyingi kukiri kwamba hawakupokea walichoomba.

Waliusiana kuamka na kuchumbiwa, na kuomba kwa bidii kwa ajili ya ufufuo wa dini, wakisisitiza kwamba ikiwa wangefanya wajibu wao, waliomba kumwagwa kwa Roho, na kuwa na bidii, kwamba Roho wa Mungu angemiminwa, wapate ufufuo wa dini, na kwamba wasiotubu wataongoka. Lakini katika maombi na mikutano yao ya konferensi wangeendelea kukiri, kwa kiasi kikubwa, kwamba hawakufanya maendeleo yoyote katika kupata ufufuo wa dini.

Kutopatana huku, ukweli kwamba waliomba sana na hawakujibiwa, ilikuwa kikwazo cha kuhuzunisha kwangu. Sikujua la kufanya.

Lilikuwa swali akilini mwangu kama nilipaswa kuelewa kwamba watu hawa hawakuwa Wakristo wa kweli, na kwa hiyo hawakumshinda Mungu; au nilielewa vibaya ahadi na mafundisho ya Biblia kuhusu jambo hili, au nilikata kauli kwamba Biblia haikuwa ya kweli? Kulikuwa na kitu kisichoeleweka kwangu; na ilionekana, kwa wakati mmoja, kwamba karibu kunipeleka kwenye mashaka. Ilionekana kwangu kwamba mafundisho ya Biblia hayapatani hata kidogo na mambo ya hakika ambayo yalikuwa mbele ya macho yangu.

Pindi moja, nilipokuwa katika mojawapo ya mikutano ya maombi, niliulizwa ikiwa sikutaka waniombee ! Nikawaambia, hapana; kwa sababu sikuona kwamba Mungu alijibu maombi yao.

Nikasema, "Nadhani nahitaji kuombewa, kwa maana najua kwamba mimi ni mwenye dhambi; lakini sioni kwamba itawafaa nyinyi kuniombea; kwa maana mnaomba daima, lakini hampati. Mmekuwa mkiomba kwa ajili ya ufufuo wa dini tangu nimekuwa katika Adams, na bado hamjapata. Mmekuwa Roho Mtakatifu akishuka juu ya nafsi zenu na kulalamika juu ya nafsi zenu." Nakumbuka nilitumia usemi huu wakati ule: **"Mmeomba vya kutosha tangu nimehudhuria mikutano hii hadi niwe nimemuomba shetani kutoka kwa Adams, ikiwa kuna wema wowote katika maombi yenu. Lakini hapa mnasali, na bado mnalalamika."** Nilikuwa mkweli kabisa katika yale niliyosema, na si kukereka kidogo, nadhani, kutokana na kuletwa kwangu kila mara uso kwa uso na ukweli wa kidini; ambayo ilikuwa hali mpya ya mambo kwangu.

Lakini katika kusoma zaidi Biblia yangu, ilinigusa moyo kwamba **sababu iliyofanya maombi yao yasijibiwe, ni kwa sababu hawakupatana na masharti yaliyofunuliwa ambayo kwayo Mungu alikuwa ameahidi kujibu**

maombi; kwamba hawakuomba kwa imani, kwa maana ya kumtarajia Mungu awape mambo waliyoomba.

Wazo hili, kwa muda, lilikaa akilini mwangu kama swali la kuchanganyikiwa, badala ya fomu yoyote dhahiri ambayo inaweza kusemwa kwa maneno. Hata hivyo, hili lilinifariji, kadiri maswali kuhusu ukweli wa Injili yalivyokuwa yanahusika; na baada ya kuhangaika kwa njia hiyo kwa miaka miwili au mitatu hivi, akili yangu ikawa imetulia kabisa kwamba fumbo lolote ambalo linaweza kuwa katika akili yangu mwenyewe au katika mawazo ya mchungaji wangu, au katika akili ya kanisa, hata hivyo, Biblia ilikuwa Neno la kweli la Mungu.

Hili likitatuliwa, nililetwa uso kwa uso na swali kama ningemkubali Kristo kama inavyoonyeshwa katika Injili, au kufuata njia ya maisha ya kilimwengu. Katika kipindi hiki, akili yangu, kama nilivyojua tangu wakati huo, ilivutiwa sana na Roho Mtakatifu, hivi kwamba sikuweza kuacha swali hili kwa muda mrefu bila kutatuliwa; wala sikuweza kusita kwa muda mrefu kati ya njia mbili za maisha nilizopewa." Charles Finney, *Kumbukumbu* .

Baadhi ya Maoni

Finney alitambua hitaji lake la maombi, lakini hakupendezwa na watu wakimuombea kwa sababu maombi yao hayakuwa yakijibiwa. Alipofikiria baadaye kuhusu tukio hilo alitambua kwamba watu hao wenye nia njema hawakujua jinsi ya kusali—hawakuwa wamejifunza kamwe yale ambayo Biblia inafundisha kuhusu jinsi ya kusali, wala hawakutarajia majibu!

Ninajiuliza ni watu wangapi wanaomba bila kujua Biblia inafundisha nini juu ya somo hilo, na kwa hiyo hawapati majibu, katika siku zetu? Najiuliza ni watu wangapi wanaomba bila matarajio yoyote ya kupata ombi lao? Nyingi sana kutokana na ninachoweza kusema!

Wasifu wa Laubach, Frank Charles (1884-1970)

Mmisionari wa kusanyiko na mtume wa elimu ya ulimwengu

FRANK CHARLES LAUBACH (Septemba 2, 1884 – 11 Juni 1970), kutoka Benton, Pennsylvania alikuwa mmisionari wa Kikristo wa Usharika aliyeelimishwa katika Seminari ya Teolojia ya Muungano na Chuo Kikuu cha Columbia, na mtu wa fumbo anayejulikana kama "Mtume kwa Wasiojua kusoma na kuandika."

Mnamo 1915 (ona Laubach, Miaka Thelathini Na Bilioni Walio Kimya), alipokuwa akifanya kazi miongoni mwa Waislamu katika eneo la mbali huko Ufilipino, alianzisha programu ya kusoma na kuandika ya "Kila Mmoja Afunze Mmoja". Imetumiwa kufundisha watu wapatao milioni 60 kusoma katika lugha yao wenyewe. Alihangaikia sana umaskini, ukosefu wa haki na kutojua kusoma na kuandika, na aliviona kuwa vizuizi vya amani duniani.

Mnamo 1955, alianzisha Laubach Literacy, ambayo ilisaidia kutambulisha Waamerika wapatao 150,000 kusoma kila mwaka na imekua ikikumbatia nchi 34 zinazoendelea. Inakadiriwa kuwa watu milioni 2.7 ulimwenguni kote walikuwa wakijifunza kusoma kupitia programu zilizounganishwa na Laubach. [2] Mnamo 2002, kikundi hiki kiliunganishwa na Literacy Volunteers of America, Inc. kuunda Pro Literacy Worldwide.

Katika miaka ya mwisho ya maisha yake, Laubach alisafiri kote ulimwenguni akizungumza juu ya mada ya kusoma na kuandika na amani ya ulimwengu. Alikuwa mwandishi wa idadi ya maandishi ya ibada na kazi juu ya kusoma na kuandika.

Mojawapo ya kazi zake za ibada zenye ushawishi mkubwa ilikuwa kijitabu chenye kichwa "Mchezo wenye Dakika." Katika hilo, Laubach aliwahimiza Wakristo kujaribu kumweka Mungu akilini kwa angalau sekunde moja ya kila dakika ya siku. Kwa njia hii, Wakristo wanaweza kujaribu mtazamo wa maombi ya mara kwa mara yaliyonenwa katika Waraka wa Kwanza kwa Wathesalonike. Kijitabu hicho kilisifu fadhila za maisha yanayoishi kwa kumlenga Mungu bila kukoma. Ufahamu wa Laubach ulikuja kutokana na majaribio yake katika maombi yaliyoelezwa kwa kina katika mkusanyo wa barua zake zilizochapishwa chini ya kichwa, Letters by a Modern Mystic.

Laubach ndiye mmishonari pekee wa Kiamerika kutunukiwa kwenye stempu ya posta ya Marekani, stempu ya mfululizo wa 30¢ ya Wamarekani Wakuu mwaka wa 1984.

LAUBACH ALIPENDA SANA Ufilipino. Aliandika wasifu wa shujaa wa kitaifa wa Ufilipino, Jose Rizal: Man and Martyr, iliyochapishwa huko Manila mnamo 1936. Pia alitafsiri shairi la utukufu la shujaa, "Mi Ultimo Adios" (Kwaheri Yangu ya Mwisho). Toleo lake limeorodheshwa la pili katika mawazo, maudhui, kibwagizo, na mtindo kati ya tafsiri 35 za Kiingereza katika mkusanyo.

Alikuwa mwanzilishi mwanzilishi wa fasihi ya Maranao. Aliandika:

Watu wa Moro wa Ziwa Lanao wana fasihi tajiri ya kushangaza, inashangaza zaidi kwani iko tu katika kumbukumbu za watu na ilikuwa imeanza kurekodiwa kwa maandishi. Inajumuisha lyric na mashairi na epic iliyotawala sana.

Msisitizo wake juu ya matumizi ya Kiingereza Rahisi kwa ajili ya kusoma na kuandika ulisababisha moja kwa moja kuandaliwa na WEC International mwaka wa 1962 kwa karatasi ya uinjilisti kwa kutumia msamiati wake wa kimsingi uitwao SOON! ambayo ilichapisha takriban nakala milioni 3 kwa mwaka na kusambazwa kote.ulimwenguni kwa njia ya posta, hadi ilipokoma mwaka wa 2015. Pia alimzoeza mmishonari wa zamani Fred Morris katika matumizi ya Worldwide Easy English kwa ufafanuzi wake wa mafundisho ya Biblia yaliyoandikwa Marekani katika miaka ya 1990 na kuchapishwa na Manna Publications (Uingereza) tangu mwaka wa 2000.

Sura ya 1: Ombea Viongozi wa Ulimwengu

Mandhari Muhimu:

- Ulimwengu ni dhaifu, na bila kuingilia kati kwa Mungu, tunahatarisha vita na uharibifu.
- Viongozi wanafanya maamuzi yanayoathiri mamilioni ya watu, na wanahitaji hekima ya kimungu.
- Migogoro mingi iliyopita ya ulimwengu ingeweza kuepukwa ikiwa watu wengi wangeomba.
- Maombi yanaweza kuathiri viongozi kwa njia isiyo ya moja kwa moja kwa kufungua mioyo na akili zao kwa mwongozo wa Mungu.

Nguvu ya Maombi katika Uongozi

Wakati mmoja baharia alisema wakati wa Vita vya Kidunia vya pili, "Hebu tuombe sana, nyinyi, au meli hii itapasuka." Kauli hii sio tu kuhusu wakati huo katika historia-inatumika kwa ulimwengu wetu wote leo. Mataifa yamegawanyika, mizozo inaendelea, na maamuzi yanayofanywa katika viwango vya juu huathiri maisha ya mamilioni ya watu.

Wengi wanaamini kwamba viongozi wa kisiasa wana mamlaka yote, lakini ukweli ni kwamba, Mungu anashikilia wakati ujao mikononi Mwake. Tunaposali, hatutoi maneno ya matumaini tu—tunachochea **nguvu kuu zaidi ulimwenguni** . Viongozi wanahitaji hekima ipitayo ufahamu wao wenyewe, na uingiliaji kati wa kimungu pekee ndio unaweza kuwaongoza kutenda kwa uadilifu na uadilifu.

"Moyo wa mfalme umo mkononi mwa BWANA; huuongoza kama mkondo wa maji popote apendapo." — Methali 21:1

Ulimwengu ulio katika Mgogoro Wito wa Ulimwengu katika Maombi

Kuangalia kote leo, tunaona ukosefu wa utulivu wa kisiasa, vita, migogoro ya kiuchumi, na kushuka kwa maadili. Uhitaji wa mwongozo wa kimungu haujapata kuwa mkubwa zaidi. Tatizo ni kwamba ingawa watu wengi huhuzunishwa na matukio ya ulimwengu, ni wachache sana wanaochukua hatua kupitia sala.

Hebu wazia ni nini kingetokea ikiwa **mamilioni ya watu wangesali kila siku kwa ajili ya viongozi wa ulimwengu** —wapate hekima, haki, na amani. Kama vile mto unavyofanyizwa na matone mengi ya maji, **wimbi la maombi ya kimataifa linaweza kuleta mabadiliko** .

"Ikiwa watu wangu, walioitwa kwa jina langu, watajinyenyekesha, na kuomba, na kunitafuta uso, na kuziacha njia zao mbaya; basi, nitasikia toka mbinguni, na kuwasamehe dhambi yao, na kuiponya nchi yao." — 2 Mambo ya Nyakati 7:14

Ni wakati wa **harakati ya maombi** ambayo itaathiri akili na maamuzi ya wale walio na mamlaka.

Jinsi ya Kuwaombea Viongozi wa Ulimwengu

Watu wengi hujiuliza: *Je! Sala yangu ndogo inawezaje kuathiri matukio makubwa ya ulimwengu?* Ukweli ni kwamba, **Mungu hufanya kazi kupitia maombi kwa njia ambazo hatuwezi kuona** . Hivi ndivyo tunavyoweza kuwaombea viongozi wa ulimwengu ipasavyo:

1. **Ombea Hekima na Uadilifu**
   - Mwombe Mungu awape viongozi hekima ya kufanya maamuzi ya haki na uadilifu.
   - Omba kwamba watatenda kwa uadilifu, uaminifu, na uadilifu.
2. **Ombea Moyo wa Huruma**
   - Viongozi wana uwezo wa kusaidia au kuwadhuru mamilioni. Omba ili watende kwa upendo na kujali watu wote, na sio tu kwa manufaa ya kisiasa.
3. **Ombea Ulinzi dhidi ya Ushawishi Mwovu**
   - Viongozi wengi wanakabiliwa na shinikizo kutoka kwa washauri wafisadi na watu binafsi wenye uchu wa madaraka. Muombe Mungu awazunguke kwa **ukweli na uadilifu** .
4. **Ombea Amani na Umoja Miongoni mwa Mataifa**
   - Omba Mungu awaongoze viongozi kuelekea diplomasia, mikataba ya amani, na umoja badala ya vita na migawanyiko.
5. **Omba Ujasiri wa Kusimamia Kilicho Sawa**
   - Baadhi ya viongozi wanajua kilicho sahihi lakini wanaogopa kuchukua hatua. Tuwaombee wawe na ujasiri wa kutetea haki, hata kama haipendezi.

Mpango Kazi: Jinsi Unaweza Kuleta Tofauti

Mwishoni mwa kila sura, acheni tuchukue **hatua zinazofaa** ili kutumia yale ambayo tumejifunza. Hivi ndivyo unavyoweza kuanza kuwaombea viongozi wa ulimwengu leo:

- **Weka Kikumbusho cha Maombi** - Chagua wakati maalum kila siku wa kuwaombea viongozi wa ulimwengu. Inaweza kuwa asubuhi, wakati wa chakula cha mchana, au kabla ya kulala.

- **Omba Unapotazama Habari** - Badala ya kuhisi kufadhaika au kutokuwa na msaada, geuza kila habari kuwa ombi la maombi.

- **Anzisha Kikundi cha Maombi** - Kusanya marafiki au familia kuwaombea viongozi kila wiki.

- **Waandikie Viongozi na Wajulishe Unaomba** - Barua rahisi au barua pepe inayosema, *"Ninawaombea"* inaweza kuwatia moyo.

- **Tumia Maombi Yanayotegemea Maandiko** - Ombea vifungu vya Biblia juu ya viongozi (km. Mithali 21:1, 1 Timotheo 2:1-2).

Maswali ya Tafakari:

1. Je, ni mara ngapi ninawaombea viongozi wa nchi yangu?
2. Je, ninaamini kwamba maombi yangu yanaweza kuathiri mwelekeo wa taifa langu?
3. Ni kiongozi gani mahususi ninaweza kujitolea kuombea wiki hii?
4. Ninawezaje kuwatia moyo wengine kuombea viongozi wa ulimwengu?

Sehemu ya Uandishi:

- Leo nimewaombea viongozi hawa:
- Nilihisi kuongozwa kuomba kuhusu:
- Aya ya Biblia ambayo ilinivutia sana:
- Mabadiliko ninayotarajia kuona kupitia maombi:

Muhtasari:

Ulimwengu una msukosuko, na historia imetuonyesha kwamba bila mwongozo wa Mungu, viongozi wanaweza kufanya maamuzi ambayo yatasababisha vita, mateso, na uharibifu. Katika sura hii, tunakumbushwa kwamba sala ina uwezo wa kufinyanga mwenendo wa mataifa. Tunapoombea viongozi, tunaalika hekima ya Mungu, haki, na amani ndani ya mioyo na maamuzi yao. Badala ya kuhisi kutokuwa na nguvu tunapotazama habari, tunaweza kushiriki kikamilifu katika mambo ya ulimwengu kupitia maombi yenye umakini na thabiti.

na Hatua ya Mwisho

Huenda usiingie kamwe Ikulu, Bunge, au Umoja wa Mataifa, lakini sala zako **zinaweza** . Una uwezo wa kumwalika Mungu katika mambo ya ulimwengu. **Hebu tuanze leo.**

Unaweza kujiunga na jumuiya ya harakati milioni 10 kwenye Facebook kupitia kiungo hiki -

https://www.otakada.org/facebookintercessory

Unaweza kujiunga na Jumuiya ya Waombezi milioni 10 kwenye WhatsApp kupitia kiunga hiki -

https://www.otakada.org/whatsappintercessory

UNAWEZA KUJIFUNZA KUHUSU waratibu wa vuguvugu la Waombezi milioni 10 katika God's Eagle Ministries (GEM) kupitia kiungo hiki - https://www.otakada.org

Tuonane upande wa pili!

God's Eagle Ministries (GEM) Jeshi la Waombezi kwa Nyakati za Mwisho!

Sura ya 2: Ombea Kanisa

Mandhari Muhimu:

- Kanisa lina jukumu muhimu katika kuleta matumaini na uponyaji kwa ulimwengu unaoteseka.
- Makanisa mengi ni dhaifu kiroho kwa sababu yanakosa maombi ya umoja na bidii.
- Maombi yanaweza kufufua Kanisa na kulifanya kuwa nguvu ya mabadiliko ya kimataifa.
- Wakristo lazima waunge mkono kwa bidii misheni na juhudi za kuwafikia watu kwa njia ya maombi na utoaji.

Kwa Nini Kanisa Linahitaji Maombi Sasa Kuliko Zamani

Ulimwengu uko katika **hali mbaya ya kiroho** —watu wamepotea, wamevunjika moyo, na wanatafuta maana. Hata hivyo, makanisa mengi yanatatizika. Wengine ni dhaifu kiroho, huku wengine wakikazia fikira burudani badala ya mabadiliko ya kweli. Ni nini kinakosekana? **MAOMBI.**

Yesu alisema, *"Nyumba yangu itaitwa nyumba ya sala kwa mataifa yote" (Marko 11:17).* Kama kweli makanisa yangekuwa **nyumba za maombi** , ulimwengu ungeona mabadiliko makubwa.

Pentekoste ilianza kwa maombi, na kila uamsho mkuu katika historia ulizaliwa kutokana na maombi.

"Tukiomba, tutaona miujiza. Tusipoomba, hatutaona ila juhudi za kibinadamu."

Kanisa si jengo tu—ni **harakati ya watu wa Mungu** . Na ili harakati hii ikue, lazima **ihamasishwe na maombi** .

Jinsi Maombi Yanavyobadilisha Kanisa

Kusanyiko zima linapojitolea kwa maombi, mambo ya ajabu hutokea:

1. **Roho ya Umoja Hujaza Kanisa**
   - Sala huunganisha watu zaidi ya tofauti za malezi, rangi, au maoni ya kibinafsi.
   - Kanisa linaloomba ni **kanisa lenye upendo** , ambapo watu hujaliana kwa kina.
2. **Nguvu ya Roho Mtakatifu Imeachiliwa**
   - Siku ya Pentekoste, wanafunzi waliomba pamoja, na **Roho Mtakatifu akawashukia kwa nguvu** (Matendo 2:1-4).
   - Miujiza, uponyaji, na wongofu hutokea **wakati watu wanaomba wakiwa na matarajio** .
3. **Wachungaji na Viongozi Wanaimarishwa**
   - Wachungaji wengi wanahisi **kuchomwa, kuvunjika moyo, na kulemewa** .
   - **Maombi huwafunika kwa nguvu na hekima** ya kuongoza vyema.
4. **Kanisa Linakuwa Nuru ya Matumaini**
   - Wakati maombi ni msingi, **makanisa yanakuwa mahali pa uponyaji na mabadiliko** .
   - Waliopotea wanavutwa kwa Kristo wanapoliona **kanisa ambalo liko hai kiroho** .

Jinsi ya Kuombea Kanisa

Hivi ndivyo tunavyoweza kuombea **makanisa, wachungaji, na waumini wenzetu** :

1. Ombea Uamsho

- Mwombe Mungu **aamshe mioyo** na kuleta shauku mpya kwa ajili Yake.
- Omba kwamba Kanisa liwe na **ujasiri katika kuhubiri ukweli na upendo** .

2. Ombea Wachungaji na Viongozi

- Ombea **hekima, nguvu, na ulinzi** juu ya wachungaji.
- Mwombe Mungu awajaze na Roho Mtakatifu ili waweze **kuongoza kwa ujasiri** .

3. Ombea Umoja Miongoni mwa Waumini

- Adui anajaribu kugawa makanisa—ombea **upendo na upatanisho** .
- Mwombe Mungu aondoe kiburi, masengenyo na migogoro ndani ya Kanisa.

4. OMBEA NJAA YA NENO la Mungu

- Wakristo wengi leo hawana **ujuzi wa kina wa Biblia** —sali kwa ajili ya **njaa ya kiroho** .
- Mwombe Mungu awainue **wanafunzi wenye nguvu na waaminifu** .

5. Ombea Kanisa la Kimataifa na Wamisionari

- Wakristo wengi ulimwenguni kote **wanateswa kwa ajili ya imani yao**
.
- Omba kwa ajili ya **nguvu, ulinzi, na ujasiri** kwa waumini katika maeneo magumu.

Mpango Kazi: Hatua za Kuimarisha Kanisa Kupitia Maombi

1. **Jitoe kuombea kanisa lako kila siku** - Hata dakika 5 kwa siku zinaweza kuleta mabadiliko.

1. **Anzisha mlolongo wa maombi** - Kusanya kikundi kidogo ili kuomba mara kwa mara kwa ajili ya kanisa lako.

1. **Mtie moyo mchungaji wako** - Wajulishe kuwa unawaombea.

1. **Ombea wamisionari na Wakristo wanaoteswa** - Mwombe Mungu awaimarishe.

1. **Tumia maombi yanayotegemea Maandiko** - Mfano: *"Bwana, jenga Kanisa lako ili milango ya kuzimu isiweze kulishinda" (Mathayo 16:18).*

Maswali ya Tafakari:

1. Je, ni mara ngapi ninaombea kanisa na viongozi wangu?
2. Je, ninaamini kwamba maombi yanaweza kuleta uamsho kwa kanisa langu?
3. Je, ni eneo gani ambalo kanisa langu linahitaji maombi zaidi?
4. Je, ninawezaje kuwatia moyo watu wengi zaidi kuliombea Kanisa?

Sehemu ya Uandishi:

- **Leo, nimewaombea viongozi hawa wa kanisa:**
- **Hitaji katika kanisa langu ambalo ninahisi kuongozwa kuliombea:**
- **Mstari wa Biblia ambao ulinivutia sana:**
- **Mabadiliko ninayotarajia kuona kupitia maombi:**

Muhtasari:

Kanisa ni chombo cha Mungu cha kuleta tumaini, uponyaji na mabadiliko katika ulimwengu. Hata hivyo, makanisa mengi leo hayana moto na nguvu ya maombi. Katika sura hii, tunachunguza kwa nini Kanisa linahitaji uamsho wa **maombi ya umoja, ya shauku** na jinsi tunavyoweza kuwaombea wachungaji, wamisionari, na waumini duniani kote.

na Hatua ya Mwisho

Wakati **ujao wa Kanisa unategemea maombi**. Kila hatua kuu ya Mungu huanza wakati watu wake **wanajinyenyekeza na kuomba**. Usitamani tu **uamsho—uombee!**

Unaweza kujiunga na jumuiya ya harakati milioni 10 kwenye Facebook kupitia kiungo hiki -

https://www.otakada.org/facebookintercessory

Unaweza kujiunga na Jumuiya ya Waombezi milioni 10 kwenye WhatsApp kupitia kiunga hiki -

https://www.otakada.org/whatsappintercessory

UNAWEZA KUJIFUNZA KUHUSU waratibu wa vuguvugu la Waombezi milioni 10 katika God's Eagle Ministries (GEM) kupitia kiungo hiki - https://www.otakada.org

Tuonane upande wa pili!

God's Eagle Ministries (GEM) Jeshi la Waombezi kwa Nyakati za Mwisho!

Sura ya 3: Jinsi Sala Humsaidia Mungu

Mandhari Muhimu:

- Maombi hayabadili mapenzi ya Mungu, bali hufungua mioyo ya watu kwa uongozi wake.
- Uchunguzi wa kisayansi (kama vile telepathy) unapendekeza kwamba akili zinaweza kuathiriana, zikiimarisha nguvu ya maombi ya uombezi.
- Biblia inafundisha kwamba maombi hufanyiza njia za kiroho ambazo kupitia hizo Mungu hufanya kazi.
- Watu wanaoombewa mara nyingi hupata mwelekeo wa Mungu bila kujua kuna mtu anayewaombea.

Siri ya Maombi: Jinsi Inavyofanya Kazi

Je, umewahi kufikiria, *Ikiwa sikuzote Mungu anafanya yote aliyoweza, kwa nini tunahitaji kuomba?* Ukweli ni kwamba, **Mungu alipanga maombi kama njia ya nguvu zake kutiririka katika ulimwengu wetu** .

Ifikirie kama **umeme** —nguvu inapatikana kila wakati, lakini ni lazima **tuzungushe swichi** ili kuwasha taa. Vivyo hivyo, maombi ni **swichi inayowasha nguvu za Mungu katika hali zinazotuzunguka** .

"Hamna kwa sababu hamuombi Mungu." — Yakobo 4:2

Tunapoomba:

- Tunalinganisha mioyo yetu na mipango ya Mungu.
- Tunakaribisha nguvu zake katika hali zinazohitaji mabadiliko.
- Tunafungua milango kwa miujiza kutokea.

Maombi ni Ushirika na Mungu

Mungu huchagua kufanya **kazi kupitia watu wanaoomba** . Ametupa **mamlaka** duniani kualika mapenzi yake yatimizwe.

"Nimewapa ninyi mamlaka ... kushinda nguvu zote za adui." — Luka 10:19

Mifano ya Nguvu ya Maombi katika Vitendo

1. **Sala ya Musa Iliokoa Israeli**
    - Mungu alipanga kuwaangamiza Israeli kwa sababu ya dhambi yao.
    - Musa aliingilia kati, na **Mungu akabadilisha njia ya historia** (Kutoka 32:11-14).
2. **Maombi ya Eliya Yalisimamisha Mvua**
    - Eliya aliomba, na mvua haikunyesha kwa muda wa **miaka mitatu na nusu** (Yakobo 5:17).
    - Aliomba tena, na **mvua ikarudi** .
3. **Sala ya Yesu Ilimtia Petro Nguvu**
    - Yesu alimwambia Petro: *"Shetani ameomba kuwapepeta kama ngano, lakini mimi nimewaombea ninyi"* (Luka 22:31-32).
    - Imani ya Petro **iliimarishwa kwa sababu Yesu aliomba** .

Ikiwa **Musa, Eliya, na Yesu** walisali—na kuona matokeo—kwa nini sisi tusingeomba?

Jinsi Maombi Yetu Yanavyosaidia Kazi ya Mungu

Tunapoomba, sisi:

1. **Fungua mioyo ya watu kwa sauti ya Mungu**
    - Watu wengi hupuuza Mungu—sala zetu **huwasaidia kuwa wasikivu** .
2. **Alika hekima na ulinzi wa kimungu**
    - Uwepo wa Mungu **hubadilisha mazingira** ya nyumba, mahali pa kazi na miji.
3. **Kuharibu mipango ya adui**
    - Maombi **huzuia uovu kuchukua udhibiti** wa hali.
4. **Achilia baraka na miujiza ya Mungu**
    - Tunapoomba, **uponyaji, utoaji, na mafanikio huja** .

Mpango Kazi: Jinsi ya Kushirikiana na Mungu katika Maombi

1. **Omba kwa mamlaka** - Amini kwamba maombi yako **yanaleta mabadiliko** .

1. **Omba haswa** - Badala ya maombi ya jumla, mwombe Mungu **mambo yaliyo wazi na ya ujasiri** .

1. **Ombea wengine** - Simama pengo kwa ajili ya wale ambao hawajui jinsi ya kuomba.

1. **Tumia maombi yanayotegemea Maandiko** - Mfano: *"Bwana, ufalme wako na uje, Mapenzi yako yatimizwe" (Mathayo 6:10).*

1. **Tarajia matokeo** - Weka **shajara ya maombi** na ufuatilie kile ambacho Mungu hufanya!

Maswali ya Tafakari:

1. Je, ninaamini kwamba maombi yangu yana matokeo ya kweli?
2. Ni hali gani inayohitaji nguvu za Mungu sasa hivi?
3. Je, ninawezaje kuomba kwa ujasiri na imani zaidi?
4. Je, ni hatua gani ninaweza kuchukua ili kuwa shujaa wa maombi mwenye nguvu zaidi?

Sehemu ya Uandishi:

- Leo, niliomba:
- Mstari wa Biblia unaoimarisha imani yangu katika maombi:
- Mafanikio ya maombi ninayoamini kwa:
- Kitu nilichojifunza kuhusu maombi leo:

Muhtasari:

Watu wengi hujiuliza: *Ikiwa Mungu ni mweza-yote, je, kweli anahitaji sala zetu?* Jibu ni **NDIYO!** Maombi si kuhusu kubadilisha mawazo ya Mungu—ni kuhusu **kushirikiana Naye kuleta mapenzi Yake duniani** . Sura hii inachunguza jinsi **maombi hufungua milango, kubadilisha maisha, na kualika nguvu za Mungu ulimwenguni** .

Mawazo na Hatua ya Mwisho

Maombi **si ya kimya-yana nguvu!** Unapoomba, unafanya **kazi na Mungu kubadilisha maisha, mataifa, na hali** . Usidharau nguvu uliyo nayo katika maombi— **anza kuomba kwa ujasiri leo!**

Sura ya 4: Majaribio ya Maombi

Mandhari Muhimu:

- Sala inapaswa kujaribiwa na kujaribiwa ili kuona athari zake halisi.
- Biblia inahimiza maombi ya kudumu na ya ubunifu.
- "Maombi ya Mwendokasi" (maombi ya haraka, ya moja kwa moja) yanaweza kuwa na nguvu sawa na maombi marefu, yaliyopangwa.
- Watu wanaweza kuunganisha maombi katika maisha ya kila siku kwa njia zisizotarajiwa.

Tukio la Maombi

Je, umewahi kujiuliza, *Ninajuaje kwamba maombi yangu yanafanya kazi?*

Njia pekee ya kujua ni **kuomba na kutazama matokeo** .

Sala ni kama **sayansi** —wanasayansi hufanya majaribio ili kuona kinachofanya kazi.

Tunaweza kufanya vivyo hivyo kwa sala.

- Nini kinatokea ninapoombea mtu mwenye uhitaji?
- Je, maombi hubadilisha hali kazini?
- Je, maombi yanaweza kuathiri mitazamo ya watu wanaonizunguka?

"Nijaribuni katika jambo hili, asema BWANA Mwenye Nguvu Zote, "mwone kama sitayafungua malango ya mbinguni na kumwaga baraka nyingi hata kusiwe na nafasi ya kutosha ya kuziweka. — Malaki 3:10

Mungu anatualika **tujaribu uaminifu wake kupitia maombi** .

Majaribio Rahisi ya Maombi ya Kujaribu

1. Maombi ya Kumulika Siku nzima

Badala ya maombi marefu, jaribu **maombi ya haraka, ya kimya kimya** kwa watu unaokutana nao.

- **Kazini:** *"Mungu, akupe hekima bosi wangu leo."*
- **Katika duka:** *"Bwana, acha upendo Wako umzunguke huyu mtunza fedha."*
- **Wakati wa kuendesha gari:** *"Mungu, linda mji huu leo."*

Uchunguzi: Je, unaona mabadiliko katika mtazamo wako mwenyewe? Je, watu hujibu kwa njia tofauti?

2. Kuombea Vichwa vya Habari

Badala ya kuhisi kulemewa na habari mbaya, **zigeuze kuwa sala** .

- Ukisikia kuhusu vita, omba **amani** .
- Ukiona dhuluma, omba kwa ajili ya **haki na ulinzi** .
- Ikiwa kuna janga la asili, omba **msaada na uponyaji** .

Uchunguzi: Je, huhisi wasiwasi kidogo na kuwa na matumaini zaidi unapoomba?

3. Kumuombea Mtu "Mgumu"

Chagua mtu ambaye ni vigumu kushughulika naye—labda **bosi, mfanyakazi mwenza, au mwanafamilia**.

- Kila siku kwa juma moja, **sali kwa ajili yao** —mwombe Mungu awabariki, abadilishe mioyo yao, na awaongoze.
- Mwombe Mungu abadilishe **mtazamo wako** kwao pia.

Uchunguzi: Je, wanaanza kutenda tofauti? Je, unahisi amani zaidi karibu nao?

4. Kutembea kwa Maombi

Nenda kwa matembezi mafupi katika mtaa wako, karibu na mahali pako pa kazi, au hata kwenye duka la maduka.

- **Ombea watu** kimyakimya na maeneo unayopita.
- Omba Mungu **abariki nyumba, biashara, na shule** .
- Sali kwa ajili ya **kuwekwa rasmi na Mungu** —fursa za kumtia mtu moyo moyo.

Uchunguzi: Je, unahisi **mabadiliko katika angahewa** ? Je, kuna mtu yeyote anayekufungulia bila kutarajia?

Ufunguo wa Majaribio Yenye Nguvu ya Maombi

Kadiri unavyoomba **kwa makusudi** , ndivyo utakavyoona **Mungu akisogea** .

- **Weka shajara ya majaribio yako ya maombi.**
- **Kuwa mvumilivu—baadhi ya maombi huchukua muda!**
- **Tarajia mshangao—Mungu huenda kwa njia zisizotarajiwa!**

"Ombeni, nanyi mtapewa; tafuteni, nanyi mtapata; bisheni, nanyi mtafunguliwa mlango." — Mathayo 7:7

Mpango Kazi: Hatua za Kuimarisha Maisha Yako ya Maombi

1. **Chagua jaribio moja la maombi ya kujaribu wiki hii.**

1. **Weka shajara ya maombi na uchunguzi wako.**

1. **Shiriki ushuhuda na wengine—sherehekea maombi yaliyojibiwa!**

1. **Muombe Mungu akupe ubunifu zaidi wa jinsi unavyoomba.**

1. **Usikate tamaa!** Hata kama huoni matokeo ya haraka, endelea kuomba.

Maswali ya Tafakari:

1. Je, changamoto yangu kubwa katika maombi imekuwa ipi?
2. Je, nimewahi kujaribu "jaribio la maombi" hapo awali? Nini kilitokea?
3. Je, ninawezaje kubadilisha muda zaidi katika siku yangu kuwa **fursa za maombi** ?
4. Ni eneo gani la maisha yangu linahitaji **maombi ya makusudi zaidi** sasa hivi?

Sehemu ya Uandishi:

- **Leo, nilijaribu aina hii ya maombi:**
- **Niliomba kwa ajili ya:**
- **Nilichoona au uzoefu:**
- **Mstari wa Biblia ambao unanitia moyo kuendelea kuomba:**

Muhtasari:

Watu wengi huhangaika na maombi kwa sababu hawaoni **matokeo ya haraka** . Lakini namna gani ikiwa sala ni kama kupanda mbegu? Baadhi ya maombi huchukua muda kukua, huku mengine yakitoa matokeo ya papo hapo. Sura hii inachunguza **njia zinazofaa za kujaribu nguvu ya maombi** , ikitutia moyo kuwa **wachunguzi wa kiroho** —tayari kutoka, kuomba kwa ujasiri, na kuona kile ambacho Mungu anafanya.

Mawazo na Hatua ya Mwisho

Njia bora ya kukua katika maombi ni **kuomba na kutazama kile kinachotokea** . Uwe jasiri, tarajia, na **uangalie jinsi Mungu anavyosonga unapoomba!**

Sura ya 5: Kristo—Jibu

Mandhari Muhimu:

- Mafundisho ya Yesu yanatoa jibu la mwisho kwa matatizo ya ulimwengu.
- Wakristo lazima wawe "waliojazwa na Kristo," wakiruhusu maisha na mawazo Yake kuunda yao.
- Maombi ya kweli yanamaanisha kujipatanisha kabisa na Kristo.
- Kadiri mtu anavyotembea pamoja na Kristo, ndivyo maombi yao yanavyokuwa na nguvu zaidi.

Yesu—Chanzo cha Nguvu Zote

Katika historia, **wanafikra wakuu, wanasayansi, na viongozi** wametafuta **ukweli na maana** . Hata hivyo, Yesu tayari alitupa **majibu tunayohitaji** :

"Mimi ndimi njia, na kweli, na uzima. mtu haji kwa Baba ila kwa njia ya mimi." — Yohana 14:6

Yesu hakufundisha tu **kumhusu Mungu — Yeye alikuwa Mungu katika umbo la mwanadamu** .

- **Hekima** yake ni kubwa kuliko elimu ya ulimwengu.
- **Upendo** wake ni wa kina zaidi kuliko uhusiano wa kibinadamu.
- **Uweza** wake una nguvu kuliko nguvu yoyote duniani.

Je, Tunasikiliza Sauti Inayofaa?

Tunaishi katika ulimwengu wenye kelele, uliojaa:

- Habari, maoni, na vikengeushi visivyoisha.
- Sauti za mitandao ya kijamii zinazoshindana kwa umakini.
- Miongozo ya kujisaidia ambayo huwaacha watu **wazi na kuchanganyikiwa** .

Hata hivyo, **sauti moja ni muhimu kuliko zote** —sauti ya Yesu.

Jinsi Kukaa Karibu na Yesu Hubadilisha Kila Kitu

Maombi sio tu juu ya kuomba vitu—-ni juu ya **kukaa kushikamana na Kristo** .

1. Kristo Anatupa Mawazo Mapya

- Ulimwengu unasema: *"Uko peke yako."*
- Yesu anasema: *"Sitakupungukia kabisa wala sitakutupa" (Waebrania 13:5).*

2. Tunapofikiri kama Kristo , tunachukua nafasi ya:

- Wasiwasi kwa imani
- Hofu kwa ujasiri
- Kuchanganyikiwa kwa uwazi

"Tuna nia ya Kristo." — 1 Wakorintho 2:16

3. Uwepo wa Kristo Hutupa Nguvu

Maisha yanaweza kuwa **mengi sana** , lakini tunapokaa na Yesu:

- **Tunahisi amani katika dhoruba.**
- **Tuna furaha hata katika majaribu.**
- **Tunapata tumaini hata wakati maisha yanajisikia giza.**

"Njooni Kwangu, ninyi nyote msumbukao, nami nitawapumzisha." — Mathayo 11:28

4. Kristo Anajaza Utupu Katika Maisha Yetu

Watu wengi hutafuta maana katika:

- **Pesa, mahusiano, au mafanikio.**
- **Burudani, raha, au vikengeusha-fikira.**
- **Taratibu za kidini zisizo na uhusiano wa kweli na Mungu.**

Lakini **Kristo pekee ndiye anayetosheleza roho** .
"Yeyote anayekunywa maji ninayompa hataona kiu tena." — Yohana 4:14

Jinsi ya Kukaa Kuunganishwa na Kristo Kila Siku

1. **Anza Siku na Yesu**
    - Kabla ya kuangalia simu yako, chukua muda **kuomba na kusikiliza** .
    - Soma mstari wa Biblia na uulize, *"Bwana, unataka kunifundisha nini leo?"*
2. **Omba Siku Mzima**
    - Dumisha **mazungumzo mafupi na Yesu** unapofanya kazi, kuendesha gari, au kupumzika.
3. **Jaza Akili Yako kwa Maneno Yake**
    - Kariri mstari kila juma.
    - Badilisha mawazo mabaya na ukweli wa Mungu.
4. **Mwabudu na Kumshukuru kila siku**
    - Moyo wa shukrani **hukaa karibu na Mungu** .
5. **Maliza Siku mbele Yake**
    - Tafakari wema wake kabla ya kulala.

Mpango wa Utekelezaji: Hatua za Kuimarisha Kutembea Kwako na Kristo

1. Jitoe kutumia muda na Yesu kila asubuhi.

1. Zungumza Naye siku nzima—sala ni mazungumzo, si desturi.

1. Badala ya hofu na mashaka na imani katika ahadi za Kristo.

1. Sikiliza zaidi—mwombe Yesu akupe mwongozo na umtegemee Yeye azungumze.

1. Jizungushe na watu wanaohimiza imani yako.

Maswali ya Tafakari:

1. Je, ninaamini kweli kwamba Yesu ndiye jibu la matatizo yangu?
2. Je, ni muda gani wa muda wangu unatumika kumsikiliza Yesu dhidi ya kuusikiliza ulimwengu?
3. Je, ni eneo gani moja la maisha yangu ambapo ninahitaji zaidi hekima ya Kristo?
4. Ninaweza kufanya nini kila siku ili kukua karibu na Yesu?

Sehemu ya Uandishi:

- Leo, nilitumia muda na Yesu kwa:
- Mstari wa Biblia ambao ulinitia nguvu:
- Hofu au shaka nilimpa Mungu katika maombi:
- Mabadiliko niliyoona katika mawazo au mtazamo wangu:

Muhtasari:

Watu wengi hutafuta **amani, hekima, na kusudi** mahali pasipofaa. Ukweli ni kwamba, **Yesu Kristo ndiye jibu kuu kwa kila hitaji na mapambano tunayokabiliana nayo** . Katika sura hii, tunachunguza jinsi kukaa kushikamana na Yesu kupitia maombi kunabadilisha akili, mioyo na matendo yetu.

Mawazo na Hatua ya Mwisho

Yesu si sehemu tu ya maisha—Yeye ni uzima.

Kadiri tunavyoendelea **kushikamana Naye** , ndivyo tunavyopata **uzoefu wa nguvu, amani, na hekima tunayohitaji** .

Mfanye Yesu kuwa kiini cha kila kitu—na tazama jinsi maisha yanavyobadilika!

Sura ya 6: Nguvu Zetu Inayotisha

Mandhari Muhimu:

- Kila wazo na sala ina athari, hata ikiwa haionekani.
- Ubinadamu una uwezo wa kuunda siku zijazo, lakini mara nyingi hushindwa kuitumia.
- Ikiwa watu wa kutosha wangeomba mara kwa mara, ulimwengu ungeweza kubadilishwa.
- Vita vya kiroho kati ya wema na uovu ni halisi, na sala ni silaha katika vita hivi.

Nguvu ya Sala Moja

Fikiria kuhusu hili:

- Sala moja **ilimwokoa Danieli katika tundu la simba** .
- Sala moja **iligawanya Bahari ya Shamu** .
- Ombi moja **lilimfufua Lazaro kutoka kwa wafu** .

Ikiwa Mungu alifanya kazi kupitia **maombi ya mtu mmoja katika Biblia** , anaweza kufanya kazi kupitia **yako leo** .

"Maombi ya mwenye haki yana nguvu na yanafaa." — Yakobo 5:16

Watu wengi husema, *"Mimi ni mtu mmoja tu. Naweza kufanya nini?"*

Jibu? **Zaidi ya unavyofikiria!**

Mawazo Yetu Yana Nguvu

Sayansi inathibitisha kile ambacho Biblia tayari imetuambia— **mawazo yetu yanaunda ukweli** .

- Mawazo hasi husababisha **mfadhaiko, hofu, na kutochukua hatua** .
- Mawazo yaliyojaa imani huleta **amani, ujasiri, na ujasiri** .

"Awazavyo mtu moyoni mwake, ndivyo alivyo." — Methali 23:7

Kadiri tunavyojaza akili zetu **ukweli wa Mungu** , ndivyo tutakavyoona **miujiza, mafanikio, na mabadiliko zaidi** .

Sisi ni Waumbaji Pamoja na Mungu

Mungu ametupa uwezo wa **kusema maisha, kusali kwa nguvu, na kuchukua hatua**.

"Nilisema, Ndinyi miungu, ninyi nyote ni wana wa Aliye Juu." — Zaburi 82:6

Hii haimaanishi kuwa sisi ni wa Mungu, lakini ina maana kwamba **tumepewa uwezo wa kiungu** kuleta mabadiliko:

- **Kupitia maombi yetu**
- **Kupitia maneno yetu**
- **Kupitia matendo yetu**

Sisi si **watazamaji tu** maishani—sisi ni **waumbaji pamoja na Mungu**.

Jinsi ya Kutumia Nguvu Ulizopewa na Mungu kwa Hekima

1. **Omba kwa Matarajio**
   - Acha kuswali **dua ndogo, zenye mashaka** .
   - Amini kwamba Mungu **anasikia na kujibu** .
2. **Zungumza Uzima, Sio Kifo**
   - Maneno yako **yanajenga ukweli** —huzungumza imani, tumaini, na baraka.
   - Epuka kujieleza hasi au kulalamika.
3. **Chukua Hatua ya Ujasiri**
   - Maombi bila matendo **hayajakamilika** .
   - Mungu akikupa wazo, **toka nje na ulifanye** !
4. **Jizungushe na Watu Waliojaa Imani**
   - Imani **inaambukiza** —tumia wakati pamoja na watu wanaoamini kwamba haiwezekani.

Mpango Kazi: Jinsi ya Kutembea katika Nguvu Ulizopewa na Mungu

1. **Omba maombi ya ujasiri—tarajie mambo makubwa kutoka kwa Mungu.**

1. **Tangaza baraka juu yako mwenyewe, familia yako, na maisha yako ya baadaye.**

1. **Chukua hatua juu ya ndoto Mungu anaweka moyoni mwako.**

1. **Kataa kutawaliwa na woga—chagua imani badala yake.**

1. **Zungumza maisha juu ya hali zako badala ya kulalamika.**

Maswali ya Tafakari:

1. Je, ninaamini kabisa kwamba sala zangu zina nguvu?
2. Je, nimekuwa nikiwekea mipaka kile ambacho Mungu anaweza kufanya katika maisha yangu?
3. Je, ni maombi gani ya ujasiri ninayohitaji kuanza kuomba?
4. Ninawezaje kutumia maneno na matendo yangu kuleta mabadiliko chanya?

Sehemu ya Uandishi:

- **Maombi yenye nguvu niliyoomba leo:**
- **Hatua ya imani ninayochukua:**
- **Mstari wa Biblia unaonitia nguvu:**
- **Mabadiliko ninayomwamini Mungu:**

Muhtasari:

Watu wengi **hudharau uwezo wao wenyewe** . Lakini ukweli ni kwamba, mawazo, sala, na matendo yetu **hutengeneza ulimwengu** . Katika sura hii, tunagundua jinsi Mungu ametupa **uwezo wa kushawishi maisha, kubadilisha hali, na kuathiri siku zijazo kupitia maombi** .

Mawazo na Hatua ya Mwisho

Wewe **si dhaifu, huna nguvu, au duni**.

Wewe ni **mtoto wa Mungu, umejazwa na Roho wake, na umeitwa kufanya mambo makuu**.

"TUNAWEZA! Inatutosha! Tukiomba, TUNAWEZA kubadilisha ulimwengu."

Unaweza kujiunga na jumuiya ya harakati milioni 10 kwenye Facebook kupitia kiungo hiki -

https://www.otakada.org/facebookintercessory

Unaweza kujiunga na Jumuiya ya Waombezi milioni 10 kwenye WhatsApp kupitia kiunga hiki -

https://www.otakada.org/whatsappintercessory

UNAWEZA KUJIFUNZA KUHUSU waratibu wa vuguvugu la Waombezi milioni 10 katika God's Eagle Ministries (GEM) kupitia kiungo hiki - https://www.otakada.org

Tuonane upande wa pili!

God's Eagle Ministries (GEM) Jeshi la Waombezi kwa Nyakati za Mwisho!

Mpango wa Maombi ya Kibinafsi na ya Kikundi

Kwa Nini Mpango wa Maombi?

Watu wengi hupambana na uthabiti katika maombi. Mpango huu utakusaidia **kukuza tabia ya maombi yenye nguvu, yenye ufanisi** —iwe peke yako au katika kikundi.

Mpango wa Maombi ya Kibinafsi (Ratiba ya Kila Siku)

Lengo: Jenga tabia thabiti ya maombi ya kila siku ambayo inakuza uhusiano wako na Mungu.

Maombi ya Asubuhi (dakika 10-15)

Anza na Shukrani: Mshukuru Mungu kwa siku nyingine, baraka zake, na uwepo wake.

Ikabidhi Siku Yako kwa Mungu: Omba hekima, amani, na fursa za kimungu.

Jiombee Mwenyewe: Nguvu, hekima, ulinzi, na ukuaji wa kiroho.

Ombea Wengine: Familia, marafiki, na watu ambao Mungu anawaweka moyoni mwako.

Ombea Ulimwengu: Viongozi, makanisa, na masuala ya kimataifa.

Mfano:

"Bwana, ninakupa siku hii. Unijaze na Roho wako, uongoze hatua zangu, na unisaidie kutembea katika upendo na nguvu zako."

Maombi ya Adhuhuri (Swala za Mweko Siku nzima)

Ombea watu unaokutana nao au kusikia kuwahusu.
Geuza mkazo au kufadhaika kuwa maombi.
Muombe Mungu hekima katika maamuzi.
Mfano:
"Mungu, nisaidie kujibu kwa upendo na uvumilivu katika hali hii."

Maombi ya jioni (dakika 10-15)

Tafakari Siku: Ulimwona wapi Mungu akifanya kazi?

Tubu kwa Kitu Chochote Kinachohitaji Kubadilishwa: Omba msamaha na ukuaji.

Ombea Wapendwa na Kanisa: Mwombe Mungu asogee maishani mwao.

Ombea Kesho: Salimu amri zako na uamini mwongozo wa Mungu.

Mfano:

"Bwana, asante kwa siku hii. Ninakutumaini kesho na kukabidhi kila kitu mikononi Mwako."

Mpango wa Maombi ya Kikundi (Mwongozo wa Mkutano wa Kila Wiki)

Lengo: Imarisha umoja, imani, na maombezi kwa **kusali pamoja kama kikundi**.

Muundo Unaopendekezwa kwa Mkutano wa Maombi wa Saa 1:

1. Ibada ya Ufunguzi na Shukrani (dakika 10)

- Anza na **wimbo wa kuabudu** au dakika ya shukrani.
- Soma **mstari wa Biblia kuhusu maombi** (kwa mfano, *Mathayo 18:19-20*).

2. Tafakari ya Kibinafsi na Ushuhuda (dakika 10)

- Shiriki **maombi yaliyojibiwa** kutoka kwa wiki iliyopita.
- Jadili **changamoto za maombi na ushindi**.

3. Mada za Maombi Lengwa (jumla ya dakika 30)

- **Wiki ya 1: Ombea Viongozi wa Ulimwengu na Amani (dakika 10)**
- **Wiki ya 2: Ombea Kanisa na Wamishenari (Dakika 10)**
- **Wiki ya 3: Ombea Ukuaji wa Kibinafsi na Nguvu za Kiroho (dakika 10)**
- **Wiki ya 4: Ombea Uamsho wa Ulimwenguni Pote na Waliopotea (dakika 10)**

4. Maombi ya Kusikiliza Kimya (Dakika 5)

- Tumia wakati **kusikiliza** kwa mwongozo wa Mungu.

5. Kufunga Ahadi na Kutia Moyo (dakika 5)

- Kila mtu **anashiriki lengo la maombi** kwa wiki.

- Funga kwa **maombi ya kikundi ya baraka** .

Rekodi ya Maombi (Fuatilia Maombi Yako na Majibu)

Tumia logi hii **kuandika maombi ya maombi na kufuatilia maombi yaliyojibiwa**.

Date	Prayer Request	Bible Verse to Stand On	Answered? (Yes/No/In Progress)
02/21/2025	Healing for a friend	Isaiah 53:5	In Progress
02/22/2025	Wisdom for a big decision	James 1:5	Yes!
02/23/2025	Peace in a conflict	Philippians 4:7	No (Trusting God)

Maswali ya Tafakari kwa Logi Yako ya Maombi:

1. Unaona kielelezo gani katika sala zako?
2. Ni maombi gani hujibiwa haraka, na ambayo huchukua muda mrefu zaidi?
3. Kufuatilia sala kunaimarishaje imani yako?

Kutia Moyo wa Mwisho: Endelea Kuomba!

Maombi **hubadilisha maisha, mataifa, na historia** —na maombi yako yanaleta mabadiliko! Endelea kujitolea, subiri, na uangalie kile Mungu anachofanya.

"Msichoke katika kutenda mema, maana tutavuna kwa wakati wake tusipozimia roho." — Wagalatia 6:9

Hitimisho: Ulimwengu Unangoja Maombi Yako

Fikiria umesimama mbele za Mungu siku moja na kuona **kila maisha maombi yako yaligusa, kila taifa lililobadilishwa, na kila muujiza ulioachiliwa kwa sababu ulithubutu kuomba.**

Je, ungesali zaidi?

Je, ungeamini zaidi?

Je, ungeelewa kwamba **sala ndiyo nguvu kuu zaidi ulimwenguni—ambayo Mungu amekukabidhi?**

Ukweli ni kwamba, **maombi yako ni muhimu.**

- Maombi yako yanaweza **kuponya moyo uliovunjika.**
- Maombi yako yanaweza **kuathiri viongozi wa ulimwengu.**
- Maombi yako yanaweza **kuvunja minyororo ya uraibu, kurejesha familia, na kuleta uamsho kwa mataifa.**

Unashikilia nguvu zaidi kuliko unavyofikiria.

Usisome Tu—Chukua Hatua

Huu **sio mwisho—ni mwanzo** wa njia mpya ya kuishi. Maisha ambayo maombi sio tu kitu unachofanya, lakini ni nguvu unayoachilia kila siku.

Kuanzia sasa:

Omba kwa ujasiri.

Omba kwa kutarajia.

Omba kana kwamba ulimwengu unautegemea—kwa sababu unautegemea.

Huhitaji kuwa mchungaji, msomi, au mtu wa umma. Unahitaji tu moyo ulio tayari kumtafuta Mungu na **imani yenye nguvu vya kutosha kuamini kwamba Yeye bado anasonga.**

Kwa hiyo, inuka.

Chukua nafasi yako.

Ulimwengu unasubiri maombi yako.

Je, uko tayari kubadilisha historia?

Kisha **anza kuomba.**

Unaweza kujiunga na jumuiya ya harakati milioni 10 kwenye Facebook kupitia kiungo hiki -

https://www.otakada.org/facebookintercessory

Unaweza kujiunga na Jumuiya ya Waombezi milioni 10 kwenye WhatsApp kupitia kiunga hiki -

https://www.otakada.org/whatsappintercessory

UNAWEZA KUJIFUNZA KUHUSU waratibu wa vuguvugu la Waombezi milioni 10 katika God's Eagle Ministries (GEM) kupitia kiungo hiki - https://www.otakada.org

Tuonane upande wa pili!

God's Eagle Ministries (GEM) Jeshi la Waombezi kwa Nyakati za Mwisho!

Sehemu ya Uandishi - Sura ya 1

Sehemu ya Uandishi - Sura ya 2

Sehemu ya Uandishi - Sura ya 3

Sehemu ya Uandishi - Sura ya 4

Sehemu ya Uandishi - Sura ya 5

Sehemu ya Uandishi - Sura ya 6

www.ingramcontent.com/pod-product-compliance
Lightning Source LLC
LaVergne TN
LVHW040447051026
849517LV00002B/785
9798349524851